சிற்பியின் சிந்தையில்

மு. யாமினி

ஏலே பதிப்பகம்

சிற்பியின் சிந்தையில் – கவிதைகள்
© மு.யாமினி
எழுத்தாளர்: மு.யாமினி
முதல் பதிப்பு: செப்டம்பர் 2021

வெளியீடு:
ஏலே பதிப்பகம்
5/175, பாத்திமா நகர்,
கூத்தென்குழி,
திருநெல்வேலி – 627104
தொடர்புக்கு: 9944992571

Sirpiyin sinthaiyil - Poetry
All CopyRights Reserved By © M.Yamini
Author: M.Yamini
First Edition: September 2021

Published By:
Aelay Publish
5/175, Fathima nagar,
Kuthenkuly,
Tirunelveli -627104
Phone: 9944992571

Design And Executed by

ISBN : 978-93-5533-038-3
Page : 77

மு.யாமினி

<u>**முன்னுரை**</u>

தமிழினும் அமுதம் உண்டோ!
பைந்தமிழை கையில் எடுத்து
உணர்வுகளை சொல்லாய் தொடுத்து,
உலகநடையின் அனுபவத்தை
உளியாய் பிடித்து
சிறுக செதுக்கிய சிற்பமாய்
இந்த கவிஞனின் கிறுக்கல்கள்
உலகம் மாற்றம் காண
கருத்தாய் இக்கவிஞன் படைத்த காவியமே
"சிற்பியின் சந்தையில்".

கடவுள்

விரியும் வானத்தில் நீ
வெண்ணிலா கூட்டத்தில் நீ
அசையும் மரங்களில் நீ
அசையா உறவுகளில் நீ
எதிலில்லை நீ
உறவுகளில் துளைத்த அன்பை,
உருவமில்லா உனக்குள் தேடுகிறேன்
எனக்குள் நீ நுழைந்து விட்டால்,
கொஞ்சம் மனிதனாகிவிடுவேன்.

மு.யாமினி

படையொன்று கொண்டு வந்திடுவாய்
படையலென உண்டிடுவாய் எங்கள் குருதியை

பசி

ஓ! கொசுவே
படையொன்று கொண்டு வந்திடுவாய்
படையலென உண்டிடுவாய் எங்கள் குருதியை
குருதியை உண்ட கையோடு,
பசி என்னும் பகைவனை உண்டிருந்தால்,
நிம்மதியாக உறங்கி இருப்போம் கவலையின்றி.

இவையெல்லாம் காதலனாய் அல்ல
உன் காலணியாய் !

காலனி

நிழலாய் தொடர்ந்திடுவேன்
பூ போல உன்னை தாங்கிடுவேன்
என் வலி தாங்க உன் வலி ஏற்றிடுவேன்
இவையெல்லாம் காதலனாய் அல்ல
உன் காலணியாய் !

மு.யாமினி

குணம்

சுயநலம் மனிதன் யாரடா
நீ அவனை சுயநலம் என சொல்லும் முன் உன்னை பாரடா ,
உன் பிம்பத்திற்கு உயிர் இருந்திருந்தால்
உன் நடிப்பை காட்டிவிடும்
உன்னை உனக்கே உணர்த்திவிடும்
முகமூடி அணிந்துகொண்டு,
முதுகில் குத்தும் கோழையை
இனி, நீ மகுடம் அல்ல
வெறும் மண் என்பதை புரிந்து கொள்.

கடல்

பாதங்கள் பல தொட்டேன்
பாடலாய் மனதில் நின்றேன்
என்னை அள்ளிக்கொஞ்சிய கரங்களின் வழியே
துளியாய் உருகும் நீர் நான் !
என்னை அள்ளி அனைத்ததற்கு நன்றி சொல்லி
மீண்டும் பாதங்களில் முத்தமிட்டு செல்கிறேன்
கடல் அலையாய்.

மு.யாமினி

என்னவன்

முரட்டு கண்கள் என்னை பார்க்க
மீள முடியாமல் தவிக்கிறேன்
மீசை கொஞ்சம் முறுக்கிவிட்டாய்
சருகாய் நானும் உடைந்து விட்டேன்
கட்டழகன் நீ என்பேன்
உன் அழகை கண்டதும் ,
என் கைகள் கொஞ்சம் துடிக்கிறது ரோஜாப்பூவை
தந்திடவே
முள் குத்தும் ரோஜாவும் பெண் தானே !
உன்னை தொட்டால் ஆவேன் முள் நானே.

அடுப்பும்! நெருப்பும்

அடுப்பில் எரியும் நெருப்பே
உனக்கும் எனக்கும் என்ன உறவு?
ஒவ்வொரு முறை விலகும் போதும்
சமையல் என்ற உறவாலே இனைக்கின்றாய்!
கடாய்க்கும் ,கரண்டிக்கும் திருமணம் செய்துவைத்த ஐயர் ,என்பேனா?
அல்ல ஓம குண்டத்தில் எங்களுக்காக எரியும் தீ என்பேனா?
கடாய்க்கும் ,கரண்டிக்கும் சண்டை வரும் நேரத்தில்
தீர்த்துவைக்கும் வழக்கறிஞர் என்பேனா?
உன்னால் மணந்த வாழ்வு
இன்று ஊருக்கே பகிர்ந்த உணவு
மணமணக்க செய்துவிட்டாய்
எங்கள் வாழ்க்கை மட்டுமல்ல
இந்த ஊரையும் கூட.

மனம்

வாடி வதங்கும் தெரு ஓர பூக்களுக்கெள்ளாம்
முத்தமிட்டு அன்பை சொல்கிறது
வண்ணத்துப் பட்டாம்பூச்சி !!

விடுதலை

அடர்ந்த காட்டிற்குள் ,
துள்ளித்திரிந்த மான்களெல்லாம்
வேடிக்கை காட்டுகிறது சிறு கூண்டிற்குள்,
விடுதலை தேடி. !

மு.யாமினி

கருத்து

எழுதி தீர்ந்த புத்தகம் !
மை தீர்ந்த பேனா !
எரியும் முன் கேட்டது
என்ன? படிச்சு கிழிச்ச என்று!

கறை

சட்டையில் கறை,
சட்டியில் கறை,
சோப்பு தேய்த்தால் போய்விடும்,
உன் கைகளின் கறை !
என்றதும் விழிபிதுங்கிநின்றது
அரசியல்வாதிகளின் கைகள்.

மு.யாமினி

தட்சனை

கல்யாண வீட்டில்
வரதட்சணை என்றானாம் மாப்பிள்ளை
கை விலங்கும் ,லட்டியும் பேசியதாம்
வா தருகிறேன் தட்சனை என்று.

தலையில் என்ன மாட்டுடா ,
இல்லனா உன் தலையெழுத்தே மாறிவிடும்டா.

ஹெல்மெட்

வண்டியில் தொங்கிய ஹெல்மெட் சொன்னதாம்
தலையில் என்ன மாட்டுடா ,
இல்லனா உன் தலையெழுத்தே மாறிவிடும்டா.

மு.யாமினி

பிளாஸ்டிக் பூ

எத்தனை பூக்கள் காட்டில் இருந்தாலும்
வாடாத பூக்களை தேட வழிவகுக்கிறது
இன்றைய அறிவியல்

விவசாயம்

தண்ணீர் இல்லை, தண்ணீர் இல்லை,
என்றாயே உழவனுக்கு
நாளை உணவில்லை. உணவில்லை
என்று உழவன் சொன்னால்
என்ன? செய்வாய் என் தமிழினமே.
உடல் வருத்தி உள்ளம் நொந்து மான்டானே என் உழவன்
இனியும் மௌனம் காக்குமோ இந்த மானிடம்!
விழித்திரு என் தமிழினமே
இனி வீறுகொண்டு எழும் என் தமிழகமே.

அன்பென்னும் ஆயுதம்

தனிமை நிறைந்த காட்டில் ,சப்தம் ஒன்று கேட்க்குது
தனிமை மறந்த குயில்கள் எல்லாம் கவலை மறந்து
பறக்குது
சின்ன, சின்ன கூட்டுக்குள்ளே சிறகை விரித்து சிரிக்குது
வேடன் கண்ட கூட்டுக்குள்ளே
மனது கிடந்து துடிக்குது
வேடன் வந்து சிரித்தபோது மனம் கொஞ்சம் மகிழ்ந்தது
சிறைப்பிடித்து சென்றபோது நூறு குண்டுகள் மனதில்
துளைத்தது
அன்பெனும் துப்பாக்கியில் அடிபட்ட கவிஞனாய்
அந்தக் குயில்களோடு ஒரு சில கவிதைகள்.

ஒரு பறவையின் கதறல்

குடிக்க இங்கோ நீரில்லை
குளிர்பானம் மட்டும் குடிக்ககிறாய்
பறக்க முடியாமல் தவிக்கிறேன்
கடும் வெயில் கொஞ்சம் பறக்க மறுக்கிறேன்
உண்ண கொஞ்சம் உணவு கொடுத்தால்
உயிருள்ளவரை வாழ்த்தி நிற்பேன்
காற்றில்லாத வெப்பத்தில் தள்ளாடி திரிகிறேன் மனிதனே !
செல்பேசி ,கொண்டு என் செல்களை அழித்து விட்டாய்
நிஜத்தில் என்னை அழித்துவிட்டு
என் நிழலை பார்த்து ரசிக்கிறாய்
மீண்டும் உன் அலைபேசியில்
இப்படியே சென்று விட்டால் புதுயுகத்தில்
அழிந்திருப்போம்
வெறும் புத்தகத்தில் மட்டுமே பதிந்திருப்போம்

மு.யாமினி

ராணுவ வீரர்

உறவென காத்தோம்
இரவு பகல் என விழித்தோம்
சுடும் வெயிலில் எறிந்தோம்
கடும் பனியில் குளிர்ந்தோம்
நாட்டை காக்க
இன்று வீடு திரும்பினோம் குண்டுகள் துளைத்த
உடல்களோடு
இன்று மரணம் கூட மதிப்பானது எங்கள் தியாகத்தால்
குடும்பங்களை விட்டு மண்ணில் புதைககிறோம்
நாட்டில் உள்ள உறவுகள் ,
கரம் கொடுக்கும் என்ற நம்பிக்கையோடு
போய் வருகிறோம் மீண்டும் போய் வருகிறோம்
இந்த நாட்டை
இந்திய நாட்டை காக்க!!

தடகள வீரர்

வலி கொண்டு உழைத்தேன்,
வியர்வையில் குளித்தேன்,
கைதட்டலை மதித்தேன் ,
தடகளத்தில் ஓடும் ஓட்டம்
வெறும் வாழ்க்கைக்காக அல்ல
இந்த இந்திய நாட்டிற்காக!

மு.யாமினி

மரம் அழித்தல்

ஆற்றல் கண்டு உருவாகினேன்
உலக மாற்றம் கண்டு என்னை அழித்தாய்
என் கிளைகளைப் பிடுங்கி,
உன் வீட்டு சுவற்றில் கலையாக்கினாய்
மானிடா! இதில் என்ன கண்டாய் இன்பம்
இனி நாளை,
விளையவிருக்கிறது பெரும் துன்பம்.

பொய்யான உலகம்

வரண்ட பூமியில் தண்ணீருக்கு கொடுக்கும் மதிப்பு
இங்கு பல மனதில் கண்ணீருக்கு இல்லை
மனம் ஒன்று சொல்கிறது
மதி ஒன்று சொல்கிறது
பணத்திற்கு பஞ்சம் ஏற்பட்டால் சமாளித்துவிடலாம்
அன்பிற்கு பஞ்சம் ஏற்பட்டால் உயிர் இங்கே வாழ்ந்து
விடுமோ
சிரித்து பேசி பழகிவிட்டால் நல்லவர் என்று நம்பிடுவார்
சிந்தனையாய் கேள்விகள் கொஞ்சம் கேட்டு விட்டால்
பைத்தியக்காரர் என்றிடுவார்
உலகில் மின்சாரமாய் நடிப்பதை விட,உன் ஆன்மாவிற்கு
சிறிய தீக்குச்சியாய் இருப்பதே மேல்.

மு.யாமினி

ஊரடங்கு நாட்கள்

வீட்டிற்குள்ளே முடங்கினோம்
நடுரோட்டில் செல்ல தயங்கினோம் ,
சுதந்திரம் கேட்ட பறவையெல்லாம்
உன்னை சுதந்திரம் கேட்கக வைக்குதடா
காலம் மெல்ல கணக்கிடும் ,
உன்னால் காயம்பட்ட யாவும் கடந்து போகுமடா!
கண் முன்னே சிறையிலடைத்து வேடிக்கை பார்த்தாய்,
சிறகொடித்து பாட வைத்தாய்,
பட்டினி போட்டு காவு வாங்கினாய் ,
காலம் மெல்ல கணக்கிடும் உன்னால் காயம்பட்ட யாவும்
கடந்து போகுமடா!
வேட்டையாடி பிணம் குவித்தாய் ,
மென்மேலும் விற்று பணம் குவித்தாய்
அடுக்குமாடி கட்டிடம் இருந்தென்ன பயன்
அடைக்கப்பட்டிருக்கிறாய் மூட மானிடா1
இயற்கையை அழித்து விட்டு உலாவுகிறீர்
இன்று இயற்கை அன்னை அழிக்கிறது வைரஸ் உருவத்தில்
நீங்கள் வீட்டை விட்டு வெளி வந்தால் எங்கள் உடலை
சுடுகாட்டிற்கு வழி அனுப்புகிறீர்கள்
நாங்களோ காட்டைவிட்டு வெளிவந்தால் அமைதியாய்
புழங்குகிறோம்
நீங்கள் மிருகமா! அல்ல நாங்களா!
இனியாவது ஒற்றுமையுடன் இருப்போம் ,உங்கள் மனிதம்
அப்பொழுதாவது வெளிப்படும் என காத்து கிடக்கிறோம்
வனவிலங்குகளாய் கூண்டிற்குள்!

கொரோனா

கொத்துக் கொத்தாய் மக்கள் இங்கே!
கொலை நடுங்குது யுகம் ஆங்கே
விழிபிதுங்கும் நாடெங்கே
வயல்வெளி ஆகுது சுடுகாட்டிங்கே
பணம் விலை பேசுமோ மரணத்திற்கு
எண்ணிலடங்கா வாழ்க்கையில்
கோரத் தாண்டவம் ஆடுகிறது கொரோனா
தப்பிக்க வழியில்லை, திண்டாடுகிறது
ஆமானிடம் !
இங்கே பிழைக்க போவது யார் என தெரியாது
உயிர்ருக்கப் போவது கொரோனா.

மு.யாமினி

காதல்

அளவுகள் இல்லை
ஆனால் ,செலவுகள் அதிகம்
இன்பம் இல்லை
கண்ணீர் அதிகம்
பாசம் இல்லை வேஷம் அதிகம்
அது தான் காதல்.

சுதந்திரம் கேட்கும் பறவை

ஊரெல்லாம் சுற்றுகிறேன்
நினைவுகளை சுமக்கிறேன்
தொடுவானம் எனக்கில்லை என்றாலும் தொட்டுவிட
பார்க்கிறேன்
மழையும் ,புயலும் வெயிலும் கொடுக்காத சாபத்தை
நீ கொடுத்தாயே
சிறு கூண்டில் என்னை அடைத்து சிரித்து காட்ட
சொல்கிறாய்
சிரிக்க நடிக்கிறேன் அப்போதாவது சுதந்திரம் கிட்டுமா என
சுதந்திரமாய் அலைகிறீர் ,
எங்களை கூண்டில் அடைத்து விட்டு
உங்களுக்கெல்லாம் சுதந்திர தினம் ஆகஸ்ட் 15 என்றால்
எனக்கு எப்பொழுதோ?

மு.யாமினி

தொலை தூரம் போனாய் நீ

வெகு தொலைவில் நீ
சென்றுவிட்டாய்
நிலவாக உன்னை எட்டிப்பார்க்க முயல்கிறேன்
அன்பெனும் விண்கலத்தில் பயணித்ததே
வழியில் எனக்கு என்ன நேர்ந்தாலும்
உன் ஒளி காண முயல்கிறேன் இன்னமும் என் இதயம்
கொஞ்சம் வலிக்குதடி
முழுநிலவு பிறையாகி போகும் என்றே!

சாதி என்னும் கொடூரன்

விரும்பியதால் விரட்டினார்கள் சாதி பிரியர்கள்
மானம் போனது என எரித்தார்கள்
மனம் நொந்து கட்டையானேன்
இடுகாட்டில் வேகிறது பிணம் ,
பிணமோடு பிணமாய்
இவ்வுலகில் வாழ்வதற்கு
நெருப்பிலே வெந்து சாம்பலாவதே மேல்
அந்த சாம்பல் கூட திருநீராய் என் காதல் கதையை
சொல்லட்டும்
அப்பொழுதாவது மிருகங்கள் மனிதன் ஆகட்டும்.

மு.யாமினி

நெகிழி நான்

குடித்துவிட்டு எறிகிறாய்
குடிக்காமல் தள்ளாடுகிறேன்
அலைமோதி பாழடைந்தேன்
நீ எரிய சிதலமடைந்தேன்
தனிமை நிறைந்த மணல் இடையே தள்ளாடித்திரியும்
கோப்பை நான்
என்னிடம் சேர அலைகிறேன் பலகரங்கள் தேடி
எடுத்த வரைக்கும் சென்று சேருமிடம் குப்பைத்தொட்டி
எடுக்காத வரையில் சென்று சேரும் இடம் இந்த பெரிய மீன்
தொட்டி.

சாக்கடை சொல்லும் கதை

மூக்கை மூடிக்கொண்டு போகும் மனிதனை !
சற்றே திரும்ப பார்
உன்னிடத்து கடன் வாங்கிய அழுக்கெல்லாம் ,
என்னிடத்தில் கொட்டிக்கிடக்கிறது குப்பையாய்
உன்னை புனிதன் ஆக்கிவிட்டு
என்னுள் குப்பைகளை புதைத்துக் கொண்டேன்
பயன்பட்டால் புனிதநீர்
பயன்படா விட்டால் சாக்கடையா ?
என்னையும் கொஞ்சம் சுத்தப்படுத்தி விடு ,
நானும் புனிதஅன்னாகிவிடுவேன்
நானும் புனிதனாகிவிட்டால் உம் அழுக்கை சுமப்பது யார்?
மூக்கை சற்றே மூடும் முன்னே
என்னையும் யோசித்திடுவாய்
மனிதனே ! என்னவென்று
எங்களுக்கும் கொஞ்சம் மனது உண்டு
அந்த மனதில் கொஞ்சம் ஈரம் உண்டு.

மு.யாமினி

காட்டுத்தீ

ஓ ! சூரியனை உனக்கும் மேகத்துக்கும் நடக்கும்
போராட்டத்தில் நாங்கள் பலியாவதா
பலியாடுகள் அல்லவே நாங்கள்
உன் கோபத்தின் தீப்பிழம்பு என்னை எறித்துக்
கொண்டிருக்கிறது ,
கிளையிருந்தும் அசைய முடியவில்லை
காற்றின் துணையிருந்தும் பெறும் சுழல் உருவாக்க
முடியவில்லை
ஐயோ! என்னை நம்பி வந்த பறவைகளும் மிருகங்களும்
மாண்டனவே கிளையின்றி வெட்டுண்டு
கிடந்திருந்தால் மகிழ்ந்திருப்பேனோ என்னமோ !
நான் வீழ்வதை நினைத்து கவலை கொள்ளவில்லை,
என் கிளைகள் எரிகிறதே என கண்ணீர் கொள்ளவில்லை
நாளைய சமுதாயம் கண்ணீர் சிந்த கூட
தண்ணீர் இல்லாமல் மாண்டு விடுமோ என்று கண்ணீர்
சிந்துகிறேன்.
இன்று என்னை எறித்தது காட்டுத்தீயாக இருக்கலாம்
நாளை உன் கையில் இருக்கும் சிறு தீக்குச்சி என்னை
எறித்து விடாமல்
பார்த்துக் கொள்
ஏனென்றால் அதை அணைக்க கூட,
தண்ணீர் இருக்குமோ ,இருக்காதோ?

மிச்சம்

பட்டினியாய் காத்திருந்த நாய்களெல்லாம் வேட்டையாட
திண்டாடி தவிக்கிறது எலும்புத்துண்டாய் மானம் இங்கே
காத்திருக்க கடித்தவன் போய்
கண்ட நாயெல்லாம் கடிக்குதிங்கே
வேட்டையாட பார்த்தவன் போல்
வேடிக்கை பார்க்குது மக்கள் மனம் இங்கே
உடலெல்லாம் தழும்பிருக்க ,
உயிர் உடலில் மிச்சம்மிருக்க,
உயிருக்கும் மானத்திற்கும் மத்தியில்
உடல் மட்டும் கிடக்கிறது நடைபிணமாய்
நடைபினத்திற்கு எதற்கடா வாழ்க்கை என்று
எனை எரித்துக் கொன்றாயோ
விதி என்று மடிந்துவிட்டேன்
இவன் சதியாட்டத்தால்
பெண்ணை வைத்து பகடை ஆடிய பாண்டவர்க்கு
போர்நிலை என்றால்
என் உடலை வைத்து ஆடிய உனக்கு சிறைச்சாலையை
நிலை
தன் நிலை அறியா மனமிடம்
எந்நிலை சொன்னாலும் எட்டுவதில்லை
முண்டாசு கவிஞன் எழுந்தால்தான்
மதிகெட்ட மூடரெல்லாம் திறுந்துவரோ

மழை

மழைக்கும் எனக்குமான சொந்தம் ஒன்று உண்டு
சில சமயங்களில்
அவன் தூறலாய் என்னை தொட
மேனி எங்கும் மெய்சிலிர்த்தது,
தொட்டும் தொடாமலும் காதல் பேசுவான் சிரு துளிகளில்
என் சிரித்த முகத்தை மின்னல் ஒளியில் படம் பிடிப்பான்
இடி ஒளிகளில் காதல் வார்த்தைகளை பகிர்வான்
எத்தனை ஆண்கள் இருந்தாலும்
எனக்கு பிடித்தவன் மழை மட்டுமே
ஊடலில் காதல் பேசிக்கொண்டிருக்கும் காதலர்களுக்கு
மத்தியில்
கண் ஜாடையில் காதல் பேசுகிறோம்
நானும் அவனும்
அவனைப் பார்ப்பது கார்காலத்தில் என்றாலும்
உலகத்தின் அன்பை எல்லாம்
எனக்குள் நிகழ்வுகளாய் பகிர்ந்து விட்டுச் சென்று விடுவான்
அவன்,
எத்துனை காலம் ஆனாலும் மாறாத காதல்
இயற்கை மட்டுமே !

கைகள் பேசும் பாஷையடி

கொடுக்கும் கைகள் பேசிய பாஷை கருணை அடி,
எடுக்கும் கைகள் பேசியது பேராசையின் படி,
மறைக்கும் கரங்கள் காத்தது கற்பையடி,
உறசும் கைகள் பேசியது காதலடி,
நடிக்கும் விழிகள் பேசியது நாடகமடி,
இது இந்த பிஞ்சுக் கரங்கள் பேசும் வார்த்தை ஆபாசமடி
நாட்டை கை பிடிக்காவிட்டால்
நழுவுவது நாடல்ல
நாளைய உலகமுமே.

மு.யாமினி

மௌன மொழிகள்

விழிகளில் கண்ணீர்
உதட்டினில் ஈரம்
கைகளில் நடுக்கம்
இன்னும் ஏன் உன் காதல் சொல்ல தயக்கம்

என் நிலை அறிவாயோ

பட்டுப்போன மரமானேன்
பழுத்த இலையானேன்
சுட்டெரிக்கும் சூரியனாய்
என் மனம் கொதிக்குதடி
உன் நிழல் கூட என்னை மதிக்காத போது.

தோழி நீ

உலகம் சொல்லாத உறவு உனக்கும் ,எனக்கும்
பலமுறை தோழனாய்
பலமுறை காதலியாய்
என்ன சொல்ல இந்த பயணமும் பெரிது இல்லை,
நீ துணை நின்றால்
கைபிடிக்க காதலிக்க பெண் தேவை இல்லை,
உன் இருக்கை துணை நின்றால்
தடுக்கி விழுந்த பொழுதெல்லாம் ஏற்றம் கொடுத்தாய்
பல சமயங்களில் எனக்கு விழும் வலியையும் நீ தாங்கினாய்
கைகளில் நீ , நித்தம் போகும் பயணம்
வேறென்ன வேண்டும் வாழ்க்கையில் ,
காதலிக்க ஆசை கொள்கிறேன் பெண்களின் மீது அல்ல என்
இரு கண்களாய் உன் மீது
போவோம் பயணம் நெடுந்தூரம்
உனக்குள் நான் எனக்குள் நீயாய்!

கற்பு

பார்த்ததில் பிடித்தவள்,
படித்ததில் விரும்பிய புத்தகம் அவள்,
தேர்ந்தெடுத்த கவிதைகளில் கோர்க்கப்பட்ட சொற்கள்
அவள்
மொத்தமாய் என் கண்களில் அவள்,
மிச்சமாய் இன்னொருவன் மனதில் அவள்,
பிரிய விருப்பமில்லை அடைய எண்ணுகிறது மனம்
என் கைப்பிடியில் அவள்,
மிச்சம் வைத்த கற்புடன்
கலங்கிய எண்ணம்,
மாறிய வாழ்க்கை
இரண்டுக்கும் மத்தியில் அவள்,
என்னால் உண்டான கரு
வாழுமா! கறையுமா
தாய்மையின் கையில் பொறுபிருக்க
பேர் சொல்ல தகுதி இழந்த தகப்பனாய் காத்திருக்க
ஏற்பாளா? மாட்டாளா! அவள்.

மு.யாமினி

கிழத்தி

கொட்டும் மழையில் நான்
அதில் குடையாய் என்றும் நீ
காற்றில் அசைவில் மரமாய் நான்
என்னை இயக்கும் காற்றாய் நீ
எரியும் மெழுகாய் நான்
உன்னை எரித்து
எனக்கு உயிர் ஊட்டியவன் நீ
திண்னை நிழலில் நாம்
வேளி தோட்டத்தில் இரு பிள்ளைகள்
இத்தனை இதமிருக்க,
மனமொத்த இன்னொரு கிழத்தி தேடி போனதென்ன
கனவா?

பிம்பம்

முகம் பார்க்கும் கண்ணாடியே !
என் புறத்தை மட்டும் காட்டிவிட்டு
என் அகத்தை காட்ட மறுப்பதேன்?
கண்ணாடியை சத்தமாய் நீ பேசியிருந்தால்
நான் திருந்தி இருப்பேனோ என்னமோ?

மு.யாமினி

இரவின் மௌனம்

ஊரே அடங்கியிருக்க
ஆங்காங்கே தெருவிளக்குகள் தன் கண்களை ஒரு நிமிடம் சிமிட்டி
மௌன அலைகளாய் நொடிகைகளை நிறுத்தி விடுகிறது
இரைச்சலாய் ஓடும் வாகனங்களுக்கு
விடை கொடுக்கவே,
ஆங்காங்கே நரிகளும், நாய்களும் ஊளையிடுகிறது.
காலையில் ஓடித்திரியும் மொத்த வாழ்க்கையும் இரவு
கடிகாரத்தில்   உறக்கமாய் நின்றுவிடுகிறது.
நிலவுலகில் நிறைவேறா ஆசைகள் அந்த சிறு கற்பனைக்
கனவில் மொத்தமாய் நிறைவேறுகிறது.
காலை கடிகாரம் எட்டி பார்க்கும் முன்னே பல மனங்கள்
இரவு மௌனத்தை தேடி ஓடுகிறது.

நட்பு

வானவில் வர்ணங்கள் மறைந்தாலும்
நட்பென்னும் வர்னம் மறையாது
உறவுகளில் தொலைவது இன்பம்
நட்பினில் தொலைவது துன்பம்
உயிருள்ளவரை வாழ்வது உறவு
மறைந்த பின்பும் வாழ்வது நட்பு
தாய் கருவில் சுமந்தது அன்பாலே
நண்பன் மனதில் சுமப்பது நட்பாலே!

மு.யாமினி

பெண்ணினம் என்னினம்

பெருமைகொள் பெருமைகொள்
பெண் என பெருமை கொள் !
உலகம் பிறந்தது உன்னாலே,
நாளைய உலகம் மலர்வதும் உன்னாலே ,
கண்ணிமைக்கும் வேளையிலே
பல சாதனை செய்யும் பெண்ணினமே
உன்னை துன்புறுத்தும் நேரத்திலே
மௌனம் காக்குமோ! இந்த மானிடமே !
அன்று பெண்ணாய் பிறந்தோம் பெருமை கொண்டோம்
இன்று பெண்ணாய் பிறக்கவே பயம் கொண்டோம்
காலம் மாறிப் போனதால்
மனித மனங்களும் மாறி விட்டதா
இந்த நிலை மாற பெண்ணிலை அறிவாயோ
புதுமைப்பெண் கண்ட பாரதி
இந்த கொடுமையை எதிர்த்திட
எனக்கு ஒரு கவிதை சொல்.

மனிதநேயம்

நிழல் தரும் மரமமே நிமிர்ந்து நில் என்றேன்
என் நிழல் சுடும் சூரியன் உன்னை சுட்டு விடுவேன் என்றது
மழை தரும் மேகமே சற்றுப் பொறு என்றேன்
என் தண்ணீர் இல்லாமல் பலர் கண்ணீர் வடிப்பார் என்றது
வாசமுள்ள பூவை பூக்காதே என்றேன்
என் வரவு இல்லாமல் எந்த ஒரு நிகழ்வும் இல்லை என்றது
எரியும் நெருப்பை எரியாதே என்றேன்
என்னை எரித்து கொள்ளாவிட்டால்
பலர் குளிரால் இங்கே மாண்டடிருப்பர் என்றது
மனித நேயம் எங்கே என தேடினேன்
என்னை வருடிய காற்று சொன்னது
உருவமில்லாமல் உன்னை மகிழ்கிறேன் என
மனிதநேயம் என்றால் என்ன என மனிதனிடம் கேட்டேன்
மனிதன் அதற்கு
பறர் நிழலுக்கு குடையாய் இருப்பதே மனிதநேயம் என்றான்
இறைவனிடம் கேட்டேன் அவன் உலகத்தை உற்று நோக்கு
என்றான்
இறைவன் சொன்னது விளங்கியது
உலகமே மனித நேயத்தால் இயங்குகிறது
நீயும் நானும் மனிதனடா
சாதிபேதம் இங்கு இல்லையடா
மனிதன் என்று சொல்லடா மனிதநேயத்துடன் வாழடா !!

மு.யாமினி

என் நிலவு அவள்

மண்ணில் விழுந்த முதல் மழைத்துளி நீ
மின்னல் வெட்டில் ஆடவந்த மேகக்கூட்டம் நீ
என் கண்ணில் பட்ட காட்சியெல்லாம் நீ
மழையில் நனைந்த பொழுதெல்லாம்
குடையாய் உன் சேலை கிடைத்ததடி
இரவு உதித்த பொழுதெல்லாம்
ஒளியாய் உன் கண்கள் மிளிர்ந்ததடி
கண்ணில் கனவுகள் கலைந்த போதெல்லாம்
கற்பனையாய் உன் பெயர் கிடைத்ததடி
உறவற்று அழுதேன்
என் உறவென வந்தாய்
காயம்பட்ட நொடியன்று சிரித்தேன்,
என் அழுகை கூட உனக்கு வலிக்கும் என
ரத்தத்திலேயே வந்தாலும் முத்தத்துளியாய் மாற்றிடுவேன்
உன் கண்ணில் கண்ணீர் துளி வரும்மென்றால்
என் கற்பனையும் நீ
என் காதலும் நீ
எனக்காக மண்ணில் வந்தவள் நீ.

வேடம்

நாய்கள் வாழும் நாட்டிலே
ஒரு நரியும் வாழ ஆசைப்பட்டு; நாய்கள் வேஷம்
போட்டதாம்
நரியும் நாய்தான் என்று சொல்லி .
நன்றியுள்ளது நாய்கள் ,என்றே அதைப் பார்த்து மனம்
கலங்கியதாம்
சண்டை போடும் இரைச்சல் ஒன்று அதன் காதில் கொஞ்சம்
விழுந்ததாம் எட்டிப்டபோய் பார்த்ததுமே
அதிர்ச்சியில் அங்கே நின்றதாம்
நன்றி உள்ளவர்கள் நாங்கள் என்று சொல்லி தனக்கு என்று
வரும் பொழுது ஒவ்வொரு நாயும் சுயநலமானதாம்
நரி பார்த்து சொன்னதாம் ,
தனிமையில் இருப்பதே மேல் என்று
ஒற்றுமை சின்னம் நாங்கள் என்று சொன்னது நாய்கள்
சிரித்துக் கொண்டது நரி
நான் இருக்கும் வரையில் குறை என் மேல்
நான் போன பின் தெரியும் குறை யார் மேல்
சிரித்த நரி இங்கே காட்டுக்குள் மீண்டும் சென்றதாம்.
வேடம் போட்டு வாழ்பவர்களுக்கு மத்தியில்,
தனிமையாய் வாழ்வதே மேலென்று.

நான் அப்பாவாய்

தேனூறும் வாயால் அப்பா என பைந்தமிழில் அழைப்பாயா ;
உன் இமைகளில் நீர் வழிந்தால்
என் உடம்பெல்லாம் துடிதுடிக்கும்
அடம் பிடித்து அழுதிடுவாய்;
உன் கனவுகளை நிறைவேற்ற
தனிமையில் அழுதிடுவேன்
உன் சிரிப்பு ஒன்றே போதுமம்மா
உலகையே மறந்திடுவேன்
என் மகளுக்கு நான் சோறூட்ட பாற்கடலை புரட்டிடுவேன்
தலையணை வேண்டாம்
தாய்மடியாய் என் மகள் இருக்க
எனக்கென கனவுகள் இல்லை
என் கனவாய் நீ இருக்க
கை கொண்டு கிறுக்கிடுவாய் என் உடம்பெல்லாம்
என் மகள் தந்த பரிசாய் சிரித்திடுவேன் உடல் சிலிர்க்க
காலங்கள் கடந்த பின்னும் மாறவில்லை
என் மகள் மட்டும் மாறவில்லை
கண்ணெதிரே துள்ளி நடக்கிறாள் இன்னமும்
குழந்தையாய்
மறுஜென்மமொன்று இருந்தால்
உன் தகப்பனாக வேண்டும்
மீண்டும் ஒரு அழகிய வாழ்க்கை உனக்காக வாழ்ந்திடவே.

காதலர் தினம்

எதிர் பாரா தினம் அது ,
இனம் அறியா மனம் அது
பல நாட்கள் கழிந்தாலும்
பெப்ரவரி நாட்களே நினைவில் வருகிறது
முதல் முறை அவள் தேகம் என்னை தொட்டது
வேறு ஒருவராய் அல்ல
காதலுடன் என்னவளாய்
அந்த நேரம் கூட நின்றது கடிகாரத்தில் மட்டுமல்ல என்
வாழ்க்கை   புத்தகத்திலும்
தலைகோத மடி தந்தால்
நான் விரல் கோர்த்து வழி தருவேன்
வாழ்நாளெல்லாம் முதன்முதலாய் அவள் தந்த முத்தம்
அவள் எச்சிலால் நனைத்த சாக்லேட்
என் இதயத்தில் இனிக்கிறது இன்றுவரை ஆசை வார்த்தை
பேசி அலையோரம் நடந்தோம்
அவள் இடுப்பருகில் என் கரங்கள் இருக்க
என் நெஞ்சு அருகில் அவள் கைவிரல் பதிக்க
பல நினைவுகளும் தொட்டுப்போகிறது தொலைதூர
உறவாய்
நானும் அவளும் காத்துக்கிடக்கிறோம் மீண்டும் ஒரு
காதலர் தினத்தை எதிர்பார்த்து.

மு.யாமினி

வயதின் விளிம்பில்

வானம் கொஞ்சம் இருண்டது
என் வானில் அவளோ இருளவில்லை
என் வலிகள் கொஞ்சம் பார்த்ததுமே
உன் வலியாய் கொஞ்சம் துடித்துவிட்டாய்
இளமை தளர்ந்திட நீயும் முதுமை திரும்பிட நானும்
வாழ்க்கை படகினில் ஏறி காணும் கடலினை அடைந்தோம்
சமுத்திரமாக நினைவுகள் என்னை தீண்டியது
வழியில் பாதை மறந்துவிட்டோம்
வாழ்க்கை பாதை மறக்கவில்லை
ஆட்டம் கண்டது படகிடையே
என்னை கரையேற்றி விட்டாய் கலங்கரையாய்
கை நழுவிய நிமிடமது
இருக்க கொஞ்சம் படித்திருந்தால் என் வாழ்வில் நீ
இருந்திருப்பாய்
என் கைகளைக் கொஞ்சம் உதறி விட்டாய் எனக்காக ,
என் வாழ்வே நீதான் என புரிந்து கொண்டேன்
இறுதி மொழியில் நீ இருக்க
இருதயம் கண்ணீர் சிந்துகிறது உன்னை நினைத்து
மீள முடியாத துயரத்தில் நான்
என்னை மீட்டுவிட்ட இன்பத்தில் நீ!

விவேகானந்தர்

ஒளி பொருந்திய திங்களாய் சுடரொளி விட்டது அவர்
பேச்சுக்கள்
சூரியனாய் இருந்து விட்டால் கதிர் கூட சுட்டுவிடும்
என திங்களாய் குளிர்ந்தீரரோ
மதம் என்ற சொல்லில் ஒற்றுமையை உணர்த்தினீர்
கல் கூட கரைந்து விடும் உங்கள் சொற்பொழிவைக்
கேட்டிருந்தால்
நேர்கொண்டபார்வையால் உள்ளங்களை நிறையச்செய்தீர்
உங்கள் எண்ணங்கள் விதைகளாயின
அவை மக்களின் மனங்களில் மரமாயின
வழிமாறி போனவர்களை உளி கொண்டு உங்களளின்
வார்த்தைகளால் செதுக்கி விட்டீர்
வேற்று நாட்டு மக்களையும் உறவாக மதித்தீர்
நல்ல ஒழுக்கத்துடன் கூடிய ஆன்மீகம் சிறந்தது என்றீர்
என் நாட்டில் சென்றாலும் தாய்நாடே சிறந்தது என்றீர்
சிகாகோவில் பேசிய பேச்சுக்களின் ஒளி
சிக்கலான வாழ்க்கைக்கு இன்று ஓர் வழி
பஞ்சுமெத்தை கிடைத்தாலும்
தாய்நாட்டில் பசிகொண்ட நெஞ்சை மறவாமல்
பல இன்னல்களைக் கண்டு கண்ணீர் சிந்தினீர்
ஆளுமையால் மக்கள் மனதில் இன்றும் ஆள்பவர் அவர்.

மு.யாமினி

மூத்த மாணவன்

வாழ்வின் பாதையில் வழிநடத்திச் செல்லும் மலர்களாய் ,
என் தோல் சாய ஒரு தோழியாய்,
கல்லூரி வாழ்க்கையின் ஒரு அங்கமாக
எல்லையற்ற அன்புடன் பழகிய நீங்களே எங்கள் வாழ்க்கையின்
சீனியர்
சின்ன சின்ன குறும்புகள் செய்தாலும்
அன்பான சொல்லிலே கட்டி போட்டீர்கள்
பல இன்னல்களை எல்லாம் எங்களுக்காக
எதிர்கொண்டீர்கள்
எங்களை உற்சாகப்படுத்தி
வாழ்க்கையின் வெற்றியை அடைய செய்தீர்கள்
மனதில் நினை கொள்ளும் நீங்க உறவாய் என்றும் எங்கள்
சீனியர்
கல்லூரி புத்தகத்தில் மூத்த பக்கங்களை வாழ்ந்து நிற்கும்
சீனியர்
படிப்பில் மட்டுமல்ல வாழ்க்கையிலும் முன்னுதாரணமே
நீங்கள்தான்.

ஆசான்

விதையாய் இருந்தோம் மரமானோம்
சிதறிய மணமாயிருந்தோம்
சித்தரிக்கும் ஓவியமானோம்
கல்லாய் இருந்தோம்
இன்று உங்கள் கலையாலே மாமனிதரானோம்
தான் உருக
ஒளி தந்து
பிறருக்கு வாழ்க்கை தந்து
வெற்றி எனும் வின்னை விரல்ளவில்
தொட செய்த சாதனையாளனே ஆசான்.
பல உயரங்களை எட்டி பிடிக்க உன்றுகோலே ஆசான் தான்.

மு.யாமினி

வெற்றியின் பக்கத்திலே

வாழ்க்கையை கசக்கி போடும் குப்பையாக்குவதும்
வரலாற்று பக்கத்தில் காகிதமாக்குவதும்
உன் கையில்
வாழ்க்கை என்பது வானவில்
அதை அற்புதமாய் பார்ப்பதும்
சாதாரணமாய் பார்ப்பதும் நீ
வாழ்க்கையை பாரமாக நினைக்காதே
கடவுள் தந்த வாரமாக நனை
வெற்றி பெறுவது நீ மட்டுமல்ல
உன் வாழ்க்கையும் தான்.

கருவறையில் கலைந்தேன்

என் அழுகுரல் காதில் விழவில்லையா அம்மா!
காதல் பரிசாகய் உன் வயிற்றில் என்னை சுமந்தாய்
சுகம் கூட இன்று சுமையாய் தெரிந்தோ ;
கடவுள் என்னை வாழ அனுப்பினான்
தாய் என்னை அழிக்க துடிக்கிறாள்
உன்னை விட்டு நான் செல்கிறேன் வலிகளோடு
என்னை அழிக்கிறாய் இன்று உன் சுயநலத்தோடு
வாழ்ந்தகது வலிகொடுப்பதை விட
மாண்டு உன்னை வாழ வைப்பதே மேல்
என நினைத்து போகிறேன் அம்மா

மு.யாமினி

தென்றல்

உன் அன்பால் அரவணைத்தாய்
பெரும் கோபத்தால் ஆட்பறித்தாய்
உன் வரவுக்காக காத்துக் கிடக்கிறோம்
புயலாய் வாராதே ! புன்னகையெல்லாம் பறிக்கப்படும்
தென்றலாய் வா புன்னகையற்ற பூக்களும் மலரும்.

தென்னை மரம் கதை சொல்ல மனிதன் கேட்டானாம்

ஒரு நாள் வந்தது என் வாழ்வில்
தனிமை மட்டுமே துணை நின்றது
உனக்குத் துணை நான் என்று காகம் என்னிடம் சொன்னது
காகம் சொன்ன வார்த்தையிலே நம்பிக்கை கொஞ்சம்
வந்தது
ஆகாய காற்றினிலே என் மனம் பறந்தது
சிறகுடன் இருந்திருந்தால் உன்னுடன் பறந்திருப்பேன்
காகமே
என் கவலை கொஞ்சம் மறக்கவே உன் நட்பை
பகிர்ந்தளித்தாய்
நீலக்கடல் ஒலித்தது ,
நீலவானில் அன்பு விரிந்தது ,
காற்றினில் ஆடும் குயில் போல நடனமிட்டது தென்னை
மரம்
தனிமை நிறைந்த வாழ்வில் நட்பு துணையாய் கிடைத்தது
காகமென்று
உணவு தேடிச் சென்ற நிமிடம் கூட அந்த நொடி பிரிவை
பெரிதாய் நினைத்தது தென்னைமரம்
காகமும் அன்பை அளிக்க சந்தோசத்தில் திளைத்தது
தென்னைமரம்
சிரிப்பொன்றே வாழ்வில் நிறைந்தது
அந்த ஒரு நாள் மீண்டும் வந்தது
காகம் பிரிந்த சென்றது வேறு மரம் தேடி
தென்னைமரம் காத்துக் கிடந்தது காகத்தின் வரவு தேடி

மு.யாமினி

காகத்திற்கு தென்னைமரம் ஒரு பொழுதுபோக்கு
ஆனால் தென்னை மரத்திற்கு , காகம் அதன் உயிர் நட்பு
காலம் மெதுவாக நகரத் தென்னைமரம் புரிந்துகொண்டது
நிரந்தரம் என எதுவுமில்லை
இந்த உலகினில் யாரும் துணையில்லை
சுயநலம் பிடித்த உலகமிது
தேவை பட்டால் அதன் ஆட்டத்திற்கு சுழல வைக்கும்
உலகமிது
நட்பை அதுவும் வெறுக்கவில்லை
உண்மை நட்பு அதுவும் மறுக்கவில்லை
பச்சோந்தி மக்கள் வாழும் நாட்டில்
பச்சை மனமாரா தென்னை மரமே !
இனி ,அன்புக்கு ஏங்க அவசியமில்லை
அன்பான மனிதன் இங்கு இருக்க.

விதியும் மௌனமானதே

ஒற்றை மர நிழலிலே தன்னந்தனியாய் தவிக்கிறேன்
கைபிடிக்க யாருமில்லை
துணை தேடி தவிக்கிறேன்
பறவைகளெல்லாம் பறந்துவிட
குஞ்சுகள் எல்லாம் தவித்தது போல்
நீ என்னை பிரிந்து விட்டாய் ,நீ பிரிந்த வலியில் தவிக்கிறேன்
கொல்லும் விஷம் ஒன்று இருந்திருந்தால் என்னை மாய்த்து
இருப்பேன்
நான் இறந்துவிட்டால் என் மனதில் வாழும் என்னைப்
பிழைக்க வைப்பது யார்?
உடல் மட்டும் பிழைத்திருக்க உள்ளம் உன் அருகில் இருக்க
முடிவறியா
ரயில் போல தொடர்கிறது பயணம்முடிவு ஒன்றுநல்ல முடிவு
ஒன்று தந்திடுவாயாளன் வாழ்க்கையை மாற்றிடுவாயா!

மு.யாமினி

கதிரவனின் பெருமை"

காலை என்னும் விளக்கு, அதை காணும் இந்த கிழக்கு
கண்ணெதிரில் வந்து நின்றாய்
எம்மை எழுப்பியே தினம் சென்றாய்
இருட்டில் இருந்தம நாங்கள்
தினம் உன்னால்தானே வெளியே வந்தோம்
புத்துணர்ச்சி தந்து விழிக்க வைத்தவன் நீ !
உன்னை கதிரவன் என்று கூறுவோம்"
இனி ,
தினமும் உன்னை வணங்கும் எம்மை மறவாதே கதிரவா!

கல்வி

கடமையே கனவாகும்
கல்வியே உயிரகுவம்
ஆயிரம் நிலவுகள் தெரிந்தாலும் அதில் உயர்ந்த நிலவு
கல்வியாகும் அழகுடைய பூவாகும்
சுவையுள்ள, கனியாகும் ,
நன்மைகளை செய்யும் மருந்தாகும் இருக்கின்ற கல்வியே
உயர்ந்தவை
ஆயிரம் கடல்கள் நம்மை சூழ்ந்து நின்றாலும் பெரும்
மகிழ்ச்சி இல்லை அறிவு கடலில் நாம் முழ்கி இருந்தால்
மகிழ்ச்சி தோன்றும்
கல்வி என்பது ஒரு உயர்ந்த சுவற்றை போல அதை மெல்ல
கடந்து வர உதவுவது நம் அறிவு
பெறும் செல்வங்கள் இருந்தாலும் கல்விச் செல்வமே சிறந்த
செல்வமாகும்.

வாகனம்

காசு போட்டு வாங்கினியே !
உன் காதல என் மேல காட்டினியே
எட்டிமிதிச்ச நான் பொருத்த
என் எஜமானுங்குற மதிப்பில
எனக்கு அடிப்பட நீ அழுத
அந்த பயத்தில் சொன்னேனே
பலபலகுற ஸ்கூட்டி பின்னே போகாதேன்னு
இப்போ
பல் விழுந்த கிழவி போல ஆஸ்பத்திரியில கிடக்குறியே
வேகம் கூடாதுன்னு சொன்னப்போ
வேணும் வேகமின்னு
முந்துனியே
படிச்சு படிச்சு சொன்னேனே
உன் வாகனமா
இப்ப பார்க்க முடியாமல் கிடக்குறியே
படு மோசமா !!

உனக்கொரு ஈடில்லை

காலை எழுந்ததும் ,
தினம் குளித்து, சமைத்து ,துணி துவைத்து ,மடித்து
புறப்படுகிறாள் வேலைக்கு
பஸ்ஸில் ஏறினாலோ ,
உடல் சுகம் தேடும் ஆண்களுக்கு அந்த ஒரு நொடி கூட
விருந்தாகிவிடுகிறது
பார்த்தும் பார்க்காமலும் பல முகங்கள்
தட்டிக் கேட்க வருவார்கள் என நினைத்தால்
இறுதியில் வருவதென்னமோ கைப்பை மட்டுமே
எத்தனை சட்டம் இருந்தென்ன
மனசாட்சிக்கு பதில் சொல்லாமல் அலைபவர் பலர்
விழிபிதுங்கி நிற்கிறது பெண் சமுதாயம்
பணியிடத்தில் இத்துணை தாண்டி வரும் அவளுக்கு ஓய்வே
இல்லை
பிள்ளையோ, கணவனோ ,
உழைப்பாளி மனைவி மட்டுமே !
எல்லாம் முடிந்ததென்று உறங்கச் செல்வாள்
அங்கேயும் அவளுக்கு வேலை தொடரும் கணவனுடன்
கட்டிலுக்கு மத்தியில் அவன் தந்த உடல் வலி தாங்கி
உயிர் தன்னை மீட்டு
எல்லா வலிகளையும் ஆழி மனதிற்குள் அடக்கி நிலவை
போல மீண்டும் குளிர்வாள்

மு.யாமினி

காலை சூரியனாய்
மீண்டும் வேலைககளை செய்கிறாள்
மாதவிடாய் காலத்திலும் அயராது உழைக்கிறாள்
ஓய்வு தேடும் உடலிற்கு பிள்ளை பெறு ஒரு வரமே
பத்து மாதம் சுமக்கிறாள்
மலை போல வலி தாங்கி பூமி போல பிழந்தெடுத்து
ஊற்றாய் வெளியே தள்ளுகிறாள் அவள் பிள்ளையை
வலி தாங்கியாய் வாழும்
அவள் ஒருபோதும் சொன்னதில்லை
இதை வெளியில் யாருக்கும்
வேதனை சொல்லும் பெண்ணினமே
ஒருநாள் சாதனையாகும் உன் குணமே
பெயருக்கு பெண் வாழ்க என்றும் முழங்காதே ஆணினமே
அவள் உன் பெயரை சொல்லும் அளவுக்கு வாழ்ந்து காட்டு.

மொழியே நீ

கருவறையில் கற்றதோ தாய்மொழி
உலக பள்ளியறையில் கற்றதோ அந்நிய மொழி
இவ்வுலகம் தாய் மொழியை மறுக்கிறது
அந்நிய மொழியை ஏற்கிறது
இந்நிலை வரும் என்று நான் அறிந்திருந்தால் கருவறையில்
மாண்டிருப்பேன்
என் தாயை நேசிக்காமல் அன்று
என் தாய் மொழியை நேசித்தே!

மு.யாமினி

இனி வாழ்வது எங்கே

விவசாயம் எங்கே வாழ்கிறது
விவசாயி இங்கே மாண்டு கிடக்க
பணம் செழிக்கும் நாட்டில்
பட்டினியாலய் திரியும் மக்கள் இங்கே
குடிக்க நாட்டில் நீர் எங்கே ?
குளிர்பானம் மட்டும் செழிக்கிது இங்கே
நாடே நீயும் அழிந்து விட்டால்
நாங்கள் வாழ்வதும் எங்கே ?
வீழ்வதும் எங்கே?
இளைஞர்கள் கையில் நீ இருந்தால்
நாளைய தலைமுறை இன்னும் மாறிவிடும்
மாற்றம் கண்டுவிடும்
இன்றே கொஞ்சம் விதைத்திடு ,
சிறுதுளி விதையானாலும் மரமாகலாம்
நாட்டில் மட்டுமல்ல உன் வாழ்க்கையிலும்.

நிலவும் சூரியனும்

நெருங்கினேன் விலகினாய்
பக்கம் வந்தேன் சுட்டெரித்தாய்
நான் வரும் வேலையிலே ,
வெட்கப்பட்டு சேலையில் ஒளிந்தாயோ உலகிற்கு ஒளி
கொடுத்தாய்
உன்னவருக்கு இருட்டை பரிசளித்தாய்
கண்ணகியின் குணத்தவளே
நெருங்கி வந்தாள் சுட்டெரிக்கும் பெண் இனத்தவளே
உன்னை தூரத்தில் இருந்து ரசித்துக் கொண்டு இருப்பவன்
நானம்மா
என்றும் உன்னை நிலவாய்
நெருங்க முயல்கிறேன் முடியவில்லையே!

மு.யாமினி

கோபமென்ன கண்மணியே

மலராக நீயும் மனமாக நானும்
விரலோடு இங்கு விரல் கோர்க்க வேண்டும்
உறவு கரம் கோர்த்த போது
நிலவாக நீயும் வர வேண்டும் இங்கு
மழையாக நானும், வெயிலாக நீயும்,
தடுமாறி போனோம் மனமாறவில்லை
சோகங்கள் பலவென்ற நான் கண்ட போது
விரல் கொண்டு கண்ணீரை உறவாக துடைத்தாய்
சுகம் என்ற ஒன்றை நான் கண்டதில்லை
சுகமான வலியை என்னுள்ளே விதைத்தாய்
தலையணையை மறுக்கிறது
தாய்மடியை கேட்கிறது என் மனம்
உன்னை தேடினேன் என்னை மறந்து இறந்த இதயத்தை
கண்டேன்
நீ கொண்ட கோபம் பெரிதென வியந்து நின்றேன்
கல்லாய் மாறிய மனம் உப்பாய் கறைந்திருந்தாள்
உறவெனும் கடலில் உயிராய் வாழ்ந்திருப்போம்
உன்னை கண்டு நானும் என்னை கண்டு நீயும் உணர்வற்று
கிடந்தோம் உரு   பொம்மையானோம் உறவால் மெலிந்த
வாழ்க்கை
மீண்டும் காதலால் வாழாதோ
நீ சென்ற பாதையில் நிழலாக நடப்பேன்
உன் கோபத்தை தனலாக சுமப்பேன்
தனல் கூட சுடுமென்றால் என்னையும் சுட்டு விடு
கண்மணியே!

மிளகாய்

பச்சை சட்டைக்காரன்
யாரும் அடக்காத கோவக்காரன்
அவன் கண் மொறச்சி பார்த்தாலே
கண்ணெல்லாம் கலங்கிவிடும்
சில்லறைகளை சிந்திடுவான்
அவனை தொட்டவர் சிந்திடுவர் கண்ணீரு
பாசத்தாலே இல்ல
அவன் வெப்பத்தாலே .

மு.யாமினி

உழைப்பின் துளி

விழுந்த மரம் கூட துளிர்க்கும் ஒருநாள்
நீ சிந்திய உழைப்பு துளிர்காதா
போராடியே வெற்றி வரும்
போராடாமல் தோல்வி கூட இல்லை
சிரித்துக் கொண்டே எழுந்து விடு
உன்னை பார்த்து சிரித்தவர் உணருவர்
தன்னம்பிக்கை என்னும் கையே நிரந்தரம்
அதை உன் வாழ்வில் கொண்டால்
மாறும் உன் வாழ்க்கை தரம்.

எதில் இல்லை காதல்

எங்கில்லை காதல்
எதிலில்லை காதல்
துணியிலும் உள்ளது காதல் துரும்பிலும் உள்ளது காதல்
கதவும் தாற்பாழும் உரசிப் பேசுகிறது அதன் காதல்
கதையை
பேனாவும் மையும் கடிதங்களாய் எழுதி தள்ளுகிறது அதன்
காதல் கதையை
உயிரினங்களை விட்டு பிரிய மறுத்து பூமி ஈர்ப்பு விசையின்
மூலம்
பேசுகிறது அதன் காதல் கதையை
உரசும் செடியோ, மரமோ, கொடியோ,
காதல் ஒன்றே அது நிலைக்கிறது இன்றே!

மு.யாமினி

ஏக்கம்

யார் யாரோ இதயத்துடிப்பை கேட்கும் நான்
என் அன்புக்குரியவரின் இதயத்துடிப்பை
இன்று வரை கேட்டதில்லையே !
என்று கவலையோடு சொன்னதாம் ;
டாக்டரின் ஸ்டெதாஸ்கோப்.

இயற்கை

எழில் ஓவியத்தின் அன்னை
உன் தென்றல் என்னை தீண்ட ,
தேகம் சிலிர்க்கிறது
உன் கருணை மழையிலே மனம் மகிழ்ந்தேனே !!
பூமியின் புன்னகைக்கு காரணமானவளே
என்னை சிறப்பித்து வாழவைக்கும் இயற்கை அன்னையே
பூமியென்னும் கருவை உன் அழகிலே சுமந்து நிற்கிறாய்.

மு.யாமினி

வானம்

மெத்தையாய் உடல் கொண்டாய்
தென்றல் உன்னை வருடவே
உடல் சிலிர்த்தது, ஆனந்த கண்ணீர் வடித்தாய்
கண்ணில் கருவண்ணம் கொண்டவனே
கதிரவனுக்கும் உனக்கும் என்ன சொந்தம் ?
அவன் வரும் வேலையிலே நட்பு கொண்டாயோ
பரந்துவிரிந்த உன்னில் பறவை போல் பறக்க
எனக்கொரு சிறகு கொடுப்பாயா வெறும் உடலில் அல்ல
உன் பரந்த மனதளவில்

வயிறே மௌனமாய் இரு

கண்ணீரும் வற்றிப்போகும்
தண்ணீர் இல்லாத பல நாட்களில்
கண்ணீரும் வற்றிப் போகும்
பசி என்ற அண்ணியன்
வாட்டி வதைக்கும் நேரத்தில் கண்ணீரும் வற்றிப் போகும்
என் கண்ணீரும் வற்றிப்போகும்
ஈரத்துணி கொண்டு என் உடல் நனைத்தபோதெல்லாம்
என் கண்ணீரும் வற்றிப் போகும்
என் கண்ணீரும் வற்றிப் போகும்
கொடுக்கும் கரங்கள் தேடி அலைந்த போதெல்லாம்
என் கண்ணீரும் வற்றிப் போகும்
என் கண்ணீரும் வற்றிப் போகும்
எஞ்சிய உணவு கிட்டியதாலே
இன்று என் கண்ணில் நீர் பெருகும்!

மு.யாமினி